தீராது காதல்

சிரஞ்சீவிராஜா சிவசாமி

ஏலே பதிப்பகம்

தீரா(து) காதல்

ஆசிரியர் குறிப்பு:

சிரஞ்சீவிராஜா சிவசாமி. இவர் கடலூர் மாவட்டத்திலுள்ள சோழத்தரம் என்ற கிராமத்தில் பிறந்தவர். தமது பள்ளிப்படிப்பை இவர் உயர்நிலை வகுப்பு வரை சொந்த ஊரிலே உள்ள திரு நடராஜா உயர்நிலை பள்ளியிலும் மேல்நிலை வகுப்பை கடலூர் புனித வளனார் மேல்நிலை பள்ளியிலும் பயின்று முடித்தார். தமிழ்த்துறையில் படிக்க விரும்பிய இவர் அது முடியாமல் போகவே நாமக்கல் மாவட்டத்தில் உள்ள எக்ஸல் பொறியியல் கல்லூரியில் வானூர்தி பொறியியல் பயின்றார்.

தீரா(து) காதல் இவரின் முதல் படைப்பாகும்.

"பக்கத்தை புரட்டுங்கள் கவிதையிலே வாழ்ந்துவிட்ட

ஓர் காதல் காவியம் உள்ளே"

❖ தனிமைக்கு நான் தத்துப்பிள்ளை!

கற்பனை என் காதலி!

கவிதை என் மனதின் மொழி!

இயற்கை என் பாதை!

இசை என் போதை!

சிரிப்பு என் ஆபரணம்!

கண்ணீர் என் அன்பின் வெளிப்பாடு!

"தமிழ் என் வாழ்க்கை

தமிழுக்கே என் வாழ்க்கை"

தீரா(து) காதல்

❖ பார்க்காத நேரத்தில் பார்க்கும்!

பார்த்துவிட்டால் பறக்கும்!

பார்க்காவிட்டால் தவிக்கும்!

தொட்டு அணைக்க நினைக்கும்!

தொடாமல் நாணப்பட்டு நிற்கும்!

முத்தமிட ஏங்கும் அச்சப்பட்டு தேங்கும்!

இவையனைத்தையும் கனாக்கண்டு சிரிக்கும்!

பேசி விட நினைக்கும் வார்த்தைகளின்றி தவிக்கும்!

கண்ணாடி பார்க்கும் பின்னாடி நிற்கும்!

தள்ளி நடக்கும் அருகில் வந்தால் துள்ளி குதிக்கும்!

பிறரிடம் அதை சொல்லி ரசிக்கும்!

துளியும் காமம் இன்றி காதல் மட்டுமே என்றிருக்கும்!!!

கனாக்களோடும் வினாக்களோடும்-என்றும்

உள்ளத்தின் ஓர் ஓரம் உயிர்வாழும்

முதல் காதல் மூச்சுள்ள வரை உடன்வரும்!!!

❖   ஜன்னலோரம் மலைகளை ரசித்த படி

பேருந்தினுள் திரும்பினேன்

தயக்கத்தோடு ஒரு மின்னல்!

தயங்கி பார்ப்பதேன்?

அருகில் வந்தமர சொல்ல எண்ணினேன்

முடியவில்லை?

சென்ற நிறுத்தத்திலே

அவள் இறங்கிவிட்ட காரணத்தால்!!

❖ இருவிழி மோதி

இருமனங்கள் பேச

இலக்கணங்கள் தேவையா?

இதயத்துடிப்பு ஒன்றே போதாதா!!!

❖ உன் கண்ணீர் என் வலி

உன் சிரிப்பு என் மகிழ்ச்சி

உன் வெறுப்பு என் தனிமை

உன் மகிழ்ச்சி என் வாழ்க்கை

❖ அவள் ஒரு மாயக்காரி

நெருங்கி அதிகம் பேசியதில்லை

தொட்டு பேசி சிரிக்க மாட்டாள்

ஆடம்பர உடையணிந்தும் ஆணவ நடையில்லை

காதோரம் ஊஞ்சலாடும் ஜிமிக்கி

எளிய சுடிதார் கைமறைய துப்பட்டா அணிந்து

கருமையிட்ட விழியால் சிக்கனமாய்

சிறுபுன்னகை உதிர்த்து விடுவாள் – ஏனோ?

மனம் அதற்காகவே தவமாய் தவம் கிடக்கும்

மெய்யாகவே அவள் ஒரு மாயக்காரி தான்

❖ இருவிழி காண இயலாததால் இமைமூடி

உனை காண்கிறேன் என் இதயத்தினுள்ளே!!

பாதியில் வந்தாலும் என் மீதி நீயல்லவா

இதயத்தில் குடிகொண்ட இதயராணி நீ

என் இதயம் பாடும் புதியகீதம் நீ

இறைவன் தந்த வாழ்வின் உதயம் நீ

என் உதிரம் முழுதும் நினைவால் நீ

அந்நினைவால் வாழ்பவன் நான்

என் வாழ்க்கைதுணையாக மட்டும் இராமல்

வாழ்வே நீயாக வேண்டும்.

13

❖ முகிலுக்குள் நிலவை தேடினேன்

எனக்குள் முழுமதியாய்

நீ இருப்பதை மறந்து.

❖ தனித்தமிழிலே வார்த்தைகள் இல்லை

உன்னை வர்ணிக்க!!!

குறிஞ்சி பூக்கள் தான் வேண்டும்

உன்னை பூஜிக்க!!

❖ வாழ்க்கை பயணத்தில் காதல் பேருந்தில்

உன்னுடன் பயணிக்க விரும்புகிறேன்,

கல்லறை என்னும் நிறுத்தம் வரை.

என் மனதை கட்டணமாக பெற்றுகொண்டு

உன் மனதை பயணச்சீட்டாக தருவாயா எனக்கு?

❖ வானத்து நிலவுக்கும் எனக்கும் உறவு!!

ஆம்,

பூமியில் அவள் தங்கை ஒருத்தி இருக்கிறாளல்லவா

அவள் தான் என் காதலி!!!

❖ மீண்டும் மீண்டும் பார்க்க தூண்டும்

முழுமதி அவள் புன்னகை முகத்தை!!

வேண்டும்! வேண்டும்! இறுதி வரை

அம்முழுமதி வெளிச்சம் என் வாழ்வில்!!

அவள் சிரிக்க சிரிக்க தெறிக்கிறது

எண்ணத்தில் எழுத்துக்கள் கவியென உருப்பெற!!

நெருங்கும் நேரம் எண்ணிக்கொள்கிறேன்

ராஜா ராணி என!!

விலகும் நேரம் சொல்லிக்கொள்கிறேன்

ஆறுதல் எனக்கு நானே!!

கண்களை கொண்டு கொள்ளை கொள்கிறாள்!

தேனிதழ்களை கொண்டு ஏங்க செய்கிறாள்!

பேச்சில் சிக்கனம்! அன்பில் பெருமழை அவள்!!

அவளை அழகு என்பது தவறு பேரழகு என்பதே சிறப்பு!!

❖ பலநாள் கனவே கனவின் உறவே

உறவின் உயிரே உயிரின் உணர்வே

உணர்வின் வலியே வலியின் வழியே

வழியின் ஒளியே கண்ணீர் துளியே

கவிதை வரியே தனிமை மொழியே

என்னை நினைந்து நெஞ்சம் துணிந்து

மனம் கனிந்து என்னுள் கலந்து விட வா பெண்ணே.

19

❖ இசைஞானியின் புதிய மெட்டுகளாய்

ஒலிக்கின்றது என் செவிகளில்?

உன் இனிய குரலோசை !!!

❖ என் இதயம் துடிப்பதை மறந்து

உன் பெயரை உச்சரிப்பதை கேள்

காரணம்?

என் நாளங்களில் ஓடுவது

ரத்த அணுக்களல்ல உன் பிம்ப அணுக்களே!!!

❖ அவளிடம் இருந்து வரும் குறுஞ்செய்தி

என் மனதுக்கு தலைப்பு செய்தி!!

சிரிக்க வைக்கும் என்னை மயங்க வைத்து

நீக்கமற நெஞ்சில் நிறைந்து விட்டாள்!!

மையிட்ட விழிகொண்டு பார்க்கிறாள்

மனம் வீசிடும் மலரென மனதுக்குள் பூக்கிறாள்!!

சிரிக்கிறாள் நாளும் அவள்

நினைவெனும் சிறைக்குள் என்னை அடைக்கிறாள்!!

மெல்லிசை குரலால் இன்னிசை போதை தருகிறாள்!!

அவள் என் உயிருடன் கலந்து விட்டவள்

செம்புல பெயல் நீர் போல்!!!

❖   பேரழகு பெண்ணவள் என்னவள்

அந்த நிலவுக்கு ஒப்பானவள்!!

மயிலென கவிதை தோகை விரித்தேன்

கார்மேக கூந்தலை கண்டு!!

பட்டாம்பூச்சியென வியக்கிறேன்

அவள் இமைக்கும் அழகை கண்டு!!

தேனை தேடும் வண்டென மயங்கினேன்

அவள் தேனிதழ்களை கண்டு!!

அவள் விழியிலே ஒரு மின்னல் கண்டேன்

வழியென அவளைக் கண்டேன்!!

அவளே கதியென காதல் கொண்டேன்!!

❖ மூங்கில் காட்டில் முழுமதி உன்னை கண்டேன்

என் விழிகளை பறித்து கொண்டாய்?

உன் விழிகளால் வெளிச்சம் தந்தாய்!!

நான் வழியின்றி தவிப்பதும் உன்னால் தானடி

வழித்துணையாய் வந்தால்- பாவை

நீயும் எந்தன் ஜீவன்தானடி!!

என் மனம் பறிதவிக்கும் - உனை

சேரும் நாள் வரும் வரைக்கும்!!

"என்னுயிர் போகும் அந்த நொடிக்கூட மாறும்

உன் புன்னகை ஒன்றே போதும்

என் ஜீவன் ஈரேழு ஜென்மங்கள் வாழும்"

❖ என் கிறுக்கல்கள் அனைத்தும்
கிறுக்கி உன் நினைவுகளையே
பேசும்.

25

❖ புவியீர்ப்பு விசையால்

தரையில் வீழ்ந்த நான்

உன் விழியீர்ப்பு விசையால்

வானில் பறந்தேன்!!!

❖ கண்கள் இரண்டும்

நீர்வீழ்ச்சிகள் ஆகின்றன?

நீ களவாடிய பொழுதுகளை

நினைக்கையில்!!!

❖ நீ குட்மார்னிங் சொன்னதும்

தட் மார்னிங் என் வாழ்வின்

கிரேட் மார்னிங் என்றானது!!!

❖ நீ குட்நைட் சொன்னதும்

மிட்நைட்டும் குட்பை சொல்லி சொன்னது

இது அவள் துயில் கொள்ளும் நேரம் என்று

❖ இம்மையும் வேண்டாம்

மறுமையும் வேண்டாம்

இந்நொடி என்னோடு நீயிருந்தால்!!!

❖   உதிர்ந்தாலும் பூக்கள் மரத்தினடியில்!

பிரிந்தாலும் என் மனம்

அவள் பாதச் சுவடுகளில்!!

தெளியாத மயக்கம் தந்துவிட்டாள் எனக்கும்

கண்மூடும் காலம் வரைக்கும் - தாயோட பாசம்

தாய் போனபின்பும் தரும் அவளது நேசம்!!

கோடையான என் காலம் யாவும்

வசந்தமாக கண்டேன்

அவள் வருகையினால்!!

தீரா(து) காதல்

❖ மழையாய் பொழியும் மேகம்

மண் மீது கொண்ட காதலை!!

பாக்களாய் பொழிகிறேன் நானும்

உன் மீது கொண்ட காதலை!!

"கருவறை கதகதப்பை உன்னிடம் கண்டேன்"

தினம் உன் முகம் காணும் எண்ணம் கொண்டேன்

இதழ்கள் கதைக்குது உன் பெயரை

இதயம் சுவைக்குது உன் நினைவை

தங்க முகம் கொண்டு நெஞ்சமெல்லாம் நிறைந்தவளே

என் கவிகளை படிக்க கொஞ்சம் நேரம் ஒதுக்கு

அதில் குவித்து வைத்த காதல் யாவும் உனக்கே உனக்கு

❖ சேராதென்ற பின்பும் வாராமல் போய்விடுமோ என்ற

வெற்று நம்பிக்கையில் வாழ்கிறேன் - பல

கனவுகளை சுமந்து என் பொழுதையும் கழிக்கிறேன்.

கண்ணோடு உன் முகமும் நெஞ்சோடு

உன் நினைவும் இருக்கின்ற வரையில்

உடல் மண்ணோடு போனாலும் - உயிர்

உன்னோடு தான் வரும்

காதலென்று உரைக்கையில்

கரைந்து விடுவாயோ என்றெண்ணி

உனக்கும் சேர்த்து நானே காதலிக்கிறேன்

கடைசி வரை.

தீரா(து) காதல்

❖ சோழ தேசத்து பெண்ணொருத்தி -போனால்

என் நெஞ்சை பலவாறு திருத்தி.

மாயக்காரி மையிட்ட விழியாலே

என்னை மயக்கி விட்டாள்!!!

அன்பை கொடுக்கையில் அருவியானவள்!!

குழந்தைமுகம் கொண்டு அவள்

கோவம் கொள்ளுகையில் அழகை பார்க்கணுமே

வாரி அணைத்து கொள்ளத்தான் தோன்றும்!!!

அழகுக்கு இலக்கணம் அவள்!!

அவ்விலக்கணத்திற்கு அளவுகோலும் அவளே!!

முத்தமொன்று பெற்றால் அவள்

தேனிதழாலே பெற வேண்டும்.

தந்தாலும் கூட அவள்

மென் கன்னத்திலே தந்துவிட வேண்டும்.

இமைமூடிய இரவெல்லாம் அவள்

கனாக்கண்டே களிக்கிறேன்.

விழி பார்க்கும் பொழுதெல்லாம்

தொடுதிரையில் அவள் முகம் கண்டே

என் நொடிகளை கழிக்கின்றேன்.

"சொல்லில் அடங்கா சொந்தம் அவளெனக்கு

சொல்லித்தீரா காதல் அவள்மேல் எனக்கிருக்கு"

காதலை சொல்லிவிட துணிவிருக்கு துணிந்தால்

உறவு தொலைந்து போகுமென்ற ஐயத்திலே

அவளுக்கும் சேர்த்து நானே காதலிக்கிறேன்

வலியோடு சுகமாக!!!

மலருமோ உதிருமோ தெரியாது காதல் - ஆனால்

ஒருநாளும் மறக்காதென்பது மட்டும் திண்ணம்.

❖ அவள் இருவிழி -என்

மனமகிழ்வின் வழி

அவள் பொன்சிரிப்பு - காணும்

அந்நாள் எனக்கு சிறப்பு

அவள் குரலோசை கேட்கும் - என்

செவிக்கு தென்றலிசை

அவள் அழகு காணும் நான் உருகும் மெழுகு

இயங்கும் இதயம் நானென்றால்

இயக்கும் உதிரம் அவளாவாள்

பைந்தமிழ் இலக்கியம் நானென்றால் அதன்

இலக்கணம் அவளாவாள்

"அவள் என் ஆவல்-அவள்

முகம் காண்பதே என் அலுவல்"

❖ நீர் அலைகள் கரையை தொட்டு கரைப்பதால்

கரைகளுக்கு வலிப்பதும் இல்லை அலைகளை

கரை வெறுப்பதும் இல்லை - உன் நினைவுகள்

என் நெஞ்சை தொட்டு கண்ணீராய் கரைவதால்

நெஞ்சம் வலிப்பதும் இல்லை உன்னை

வெறுப்பதும் இல்லை

நெஞ்சம் நிறைய நீயே நிறைந்து விட்ட காரணத்தால்

❖ என் விழி திறப்பது உன் முகம் பார்க்க

   என் வாய் திறப்பது உன் பெயரை உச்சரிக்க

   என் செவி திறப்பது உன் குரல் கேட்க

   என் நாசி உணர்வது உன் வாசம் மட்டுமே

   என் மனம் துடிப்பது உனை சேரவே

   சேராமல் போனால் துணை உன் நினைவே

❖ நீயற்ற இரவுகளை

இதமாக கழிகின்றேன்?

உன் நினைவூட்டும்

இசைஞானி இசையோடு!!!

- முதுமையிலும் முழுக்காதலோடு

  உனை முத்தமிட்டு வாழ வேண்டும்!!!

  மூச்சற்று போகையிலும் உன்

  மடிமீதே தலைசாய வேண்டும்!!!

❖ கடனாகவாவது உன் அன்பை கொடு

வட்டியுடன் தந்து விடுகிறேன்,

தவணை முறையில்

காலம் முழுதும் காதலாக!!!

❖ வான் மேகங்களே!

அவளிடம் போய் சொல்லுங்கள்?

மழை பொழியும் எங்களை போல்

உன் மீது காதல் பொழிய அங்கு

ஒருவன் காத்துக்கிடக்கிறான் என்று !!!

❖ அவளோடு அல்லாமல் அவள்

நினைவோடு வாழ்வதிலே தான்

அளப்பரிய ஆனந்தம் ஆட்கொள்கிறது

என்னை.

43

- கண்ணால் சிறுபார்வை வீசி

  கடந்து போகிறாய் என்னை

  சிறு பார்வையில் பலநூறு

  கவிப்பாடி களிக்கிறேன் நான்

  கவி தந்தவளே என்

  காதலுக்கு வழி சொல்லிவிட்டு போ

❖   நீ புன்னகைக்காது

என் கவிகள் இனிக்காது?

கவலை உனக்கென்றால் வலிப்பதென்னவோ

எனக்குத்தான்!!!

❖ தனிமையும் இனிமை தான்

துணையாக நீ இருந்து விட்டால்!!

❖ கவிதையிலிருந்து கண்ணீருக்கு

மாறுகிறது காதல்?

எனை விட்டு நீ பிரிகிறாய்

என்றுணருகையில்!!

❖ ராப்பொழுது எனக்கு மிகவும் பிடிக்கும்

அவ்வேளையில் தான் உன்னோடு உறவாடி

மகிழ்கிறேன் கனவுகளில்!!

❖ கவிதை என்பது காதலை

வர்ணிப்பது மட்டும் அல்ல

காதலை விவரிப்பதும் கூட

❖ வாழ்வில் மறக்க முடியாத

சொல்ல முடியாத சொல்லில்

முடியாத ஓர் தித்திப்பு

முதல் சந்திப்பு!!!

அவளுக்கு தெரியாது நான் யாரென்று?

கண்டவுடன் கண்டுகொண்டேன் என்

வாழ்வே அவளென்று!!!

முகத்தை பார்க்க எண்ணினாலும்

முதுகை பார்க்கும் வாய்ப்பை தான்

ஏனோ? தந்தாள்!!!

காதோடு ஆடும் ஜிமிக்கி தோடும்

முழங்கை மறைய துப்பட்டாவும்

பின்னலில்லா கூந்தலும்

கொஞ்சம் பூசிய கண்மையும்

உன்னிடம் நான் ரசித்த பேரழகு!!!

உன் மதலை குரலும்

மழலை முகமும் தான்

மாயம் செய்ததோ என்னை

அன்று அப்படி மயக்கியதே!!!

உன் பின் சென்றதும்

கண்மறைவாக கண்ணார உன்னை

கண்டு களித்ததும் நீ அறிவாயா

சட்டென்று நீ கடந்து போகும்போது பட்டென்று

பரவசமாகும்

எண்ணத்தை என்னவென்று விவரிக்க?

விரிவுரை அற்ற வினோத உணர்வுகளை தந்தவள் நீ!!!

வெளிக்காட்ட முடியாமல் உணர்வுகளில் வெந்து

காய்கிறேன்

அன்று முதல் இன்று வரை!!!

தீரா(து) காதல்

51

❖ நான் என்று இருக்கிறேன் - தினம்

நீ இன்றி தவிக்கிறேன்!

இரவில் துறவில் கண் விழிக்கிறேன்!

கவிதை பாடி என் பொழுதை கழிக்கிறேன் !

" வாயை மூடி அழுகிறேன்

மனதை மூடி சிரிக்கிறேன்"

உலகை நானும் வெறுக்கிறேன்!

உண்ணக்கூட மறக்கிறேன் !

இருந்தும் நானும் இருக்கிறேன் – உயிரே

உன்னை தானே உயிராய் நினைக்கிறேன்!!!

❖ உன் மெல்லிடை தொட்டு மார்மோதி

மனம் கோர்த்து இதழ்மாற்றி மூச்சு முட்ட

உன்னை கட்டி அணைத்திட வேண்டும்

மஞ்சத்தில் மெளனம் பேசி

காமம் வென்று வேட்கை தனிய

உன்னோடு களைத்து வாழ்ந்திட வேண்டும்

❖ உடல் சேரும் முன்னே

உள்ளங்கள் உறவாடி கொள்வது காதல்!!!

கவலைகளை வளர்த்து வலிகளை உயிர்த்து;

கவிதைகள் பிறப்பது காதலிலே!!!

பொய்கள் யாவும் அழகாகி போகும் மெய் காதலிலே!!!

காதல் என்பது ஓர் பித்து நிலை!!

காமம் என்பது காதலின் முக்தி நிலை..!!!

❖ காதலில்,

காமம் ஓர் செழுமைப்படலம்!!

உள்ளம் கேட்கும் முதல் சந்திப்பில்

கைகோர்த்து உரிமைபெறலாம்,

உள்ளங்கள் உறவாடி கொள்ளும்!!!

பருவக்காதல் காலங்களில் உள்ளதோடு

உடலும் ஏங்க இருமனமாய்

கலவி கொள்ளுதல் இன்பமாகும்!!!

இரு இதயங்கள் இன்னும் நெருக்கம் கொள்ளும்.

முதிர்காலங்களில்

ஒற்றை நெற்றி முத்தத்தில்

முழுகாதலும் வாழ்ந்து கொள்ளும்!!!

❖ உன்னை அங்கமங்கமாய் வர்ணிப்பதால்

உன் அங்கம் மட்டுமே என் தேவை அல்ல?

என் வாழ்வின் அங்கமாய் நீ வேண்டும் என்பதாகும்!!!

* தருவது அவளென்றால்
  வலிகள் கூட வரங்கள் தான்

* அழகுக்கு உனக்கு யாரும் ஒப்பில்ல
  கொஞ்சமாய் அன்பு கொடு எதுவும் தப்பில்ல

தீரா(து) காதல்

❖ நள்ளிரவு வேளையிலும் ஓயாத நெடுஞ்சாலை ஓரம்

ஓயாமல் நடக்கும் என் கால்கள் சில தூரம்?

உறக்கமில்லையா என்று கேட்டால் – அவள்

நினைவுகளுக்கு இரக்கமில்லை என்பதே நிதர்சனம்!!!

என் கண்களின் ஓரம் ஊரும்

கண்ணீர் கூறும் கவிகள் நூறாயிரம்

அவள் விழியே எனை வீழ்த்தும் பேராயுதம்

விண்ணொளி மின்னலே தோற்றுவிடும்

அவள் கண்ணொளி பாய்ச்சும் கதிர்வீச்சில்

இரவானால் இமைமூட விட மாட்டாள்!!

பொழுதானால் இமைக்க விட மாட்டாள்!!

கவிதையிலே வாழ்கிறேன் தினம்

கனாக்களிலே கரைந்து போகிறேன்

கண்ணெடுத்து பார்த்தால் காட்டாறு போல்

மகிழ்வேன்!!!

"சின்னஞ்சிறுவன் சின்னதாய் இடம் தந்தால்

உன் மடிமீது கொஞ்சமாய் கண்ணயர்வேன்".

தீரா(து) காதல்

❖ பொறியாளன் ஆக எண்ணினேன்

கவியாளன் ஆக்கி விட்டாள்!!

காதலனாகும் வரம் கேட்டேன்

கற்பனையாளன் ஆக்கி விட்டாள்!!

கூடும் நேரம் கேட்டேன்

நாளும் தேட வைத்தாள்!!

பன்னீர் முத்தம் கேட்டேன்

கண்ணீர் நித்தம் வடிக்க வைத்தாள்!!

கட்டியணைக்க கேட்டேன்

அணைத்தாள் தினம் கனவில் மட்டும்!!

தனிமையில் பேச கேட்டேன்

தனியாக பேச வைத்து விட்டாள்!!

எண்ணத்தை சொன்னேன் பைத்தியம் என்றாள்

அதற்கு வைத்தியம் அவளென்று புரியாமல்!!!

" ரத்தமும் சதையுமாக என்னோடு

அவள் இல்லை என்றாலென்ன

எண்ணமும் எழுத்துமாய் நிறைந்து

என்னோடு தான் வாழ்கிறாள்

என் கவிதைகளில்".

தீரா(து) காதல்

❖ கண்டதும் இமைக்காது காதல்!

கண்டதை நினைக்காது காதல்!

பின் செல்லும் காதல்!

சொல்ல தயங்கும் காதல்!

பொய் சொல்லும் காதல்!

ஆனால் மெய்யானது காதல்!!

தடைகள் பல காணும் காதல்!

அவற்றை வென்று நிற்கும் காதல்!!

கனவு காணும் காதல்!

கவிதை பாடும் காதல்!

கட்டியணைக்கும் காதல்!

முத்தமிடும் காதல்!

கண்ணீர் சிந்தும் காதல்!

நெஞ்சில் ஏந்தும் காதல்!!

பயணம் செய்யும் காதல்!

"நாகரிகம் சொல்லும் காதல்"

நாணம் கொள்ளும் காதல்!

நாணயமானது காதல்!

புனிதமானது காதல்!!

கணிதம் போலானது காதல்!

பிரியும் காதல்?

புரிந்து பின் இணையும் காதல்!!

கால நேரம் பாராது காதல்!

காலம் சென்றாலும் மாறாது காதல்!

வேஷம் அல்ல காதல்!

சுவாசம் ஆவதே காதல்!

பிழையல்ல காதல்!

மழையாய் அன்பை பொழிவதே காதல்!!

வாழ்வின் வலி அல்ல காதல்!

வாழ்வின் ஒளியே காதல்!

"காமம் புனிதம் காதல்"

கட்டிலறை வரை மட்டுமல்ல காதல்!

கல்லறை வரை தொடரும் காதல்!

நெஞ்சில் விழுந்த பயிர் காதல்!

உயிர் விருட்சமானது காதல்!!!

தீரா(து) காதல்

❖ என் கல்லூரி சோலையில் நான் கண்ட

அற்புத குறிஞ்சி மலர் அவள்!!

பாடம் பற்றி ஒரு பக்கம் கூட எழுதி முடிக்காத

என் பேனா அவளை பற்றி பக்கம் பக்கமாக

எழுதி வடிக்கிறது கவிதைகளை!!!

நியாய விலை கடைகளில் அரை நிமிடம் நிற்காத நான்

கால்கடுக்க நிற்கிறேன் தினம் அவள் வருகைக்காக!!!

பிறர் பேச்சுக்கு செவி சாய்க்காத நான்

தேனிசை போல் கேட்கிறேன் அவள் பேசும் போது மட்டும்!!!

வகுப்பில் அனைவரும் கூட்டல் கழித்தல் கவனிக்க!!

நான் மட்டும் அவள் கூந்தல் களைதலை கவனிக்கிறேன்!!!

கணிதம் வரவில்லை எனக்கு கவிதை தான் வருகிறது?

அவளை கண்டது முதல்!!!

❖   எத்துணை சந்திப்புகள் பின்பு ஏன்?

இத்துணை துயர் மிகு பிரிவு!!

கண்கள் பார்க்க முடிந்தும்

கைகள் கோர்க்க முடியயவில்லை!!

அருகில் சென்றும் அணைக்க வழியில்லை!!

தூண்டும் காதலுக்கு அவள் மனதை

தீண்டும் வழி தெரியயவில்லை!!

சிரிக்கிறாள் மௌனம் கொண்டு கடக்கிறாள்!!

சொன்னால் தீர்ந்து விடுமோ என்றெண்ணி

எண்ணத்தை என்னுள் புதைக்கிறேன்!!

என்னை நானே வதைக்கிறேன்!!

வலி தந்தது போதும் வழி சொல்லிவிட்டு போ

காதலா இல்லை கவிதை மட்டும் தானா என்று!!!

தீரா(து) காதல்

❖ ராப்பொழுது ஆனாலே ஆந்தைக்கு துணையாக

நானும் கண்விழிக்கிறேன் உன் நினைவாலே!!!

தினம் உன்னை தவறாது அணைக்கிறேன் கவிதையாலே!!!

அப்பப்போ முத்தம் தந்து நீ என் கன்னம் நனைக்கிறாய்

கனவிலே!!!

கண்ணார உன்ன கண்டு கைய புடிச்சி

காதல் கதை பேசி நீ சிரிக்க

நான் உன் மடி தூங்கும் நன்னேரம்

நம் வாழ்வில் வாய்க்குமோ?

நீ வந்த பின் தான் என் வாழ்வும்

பிறை நிலா வெளிச்சம் கண்டது!!!

நிலையாக நீ நிறைந்து விட்டால்

நிறை மதி வெளிச்சம் பெறும் என் வாழ்வு!!!

காத்திருக்கிறேன் பௌர்ணமி வரும் வரை!!!

❖ கண்மூடி காணும் அவளை

கண்பார்க்கும் நாள் வரக்கூடுமோ?

நினைக்கும் நாட்களுக்கு ஓய்வு தரும்

அணைக்கும் நாள் நான் பெறக்கூடுமோ?

தினமும் கணமும் அவள் நெனப்பு!!!

மன வலிக்கு அவள் நினைவே மருந்தெனக்கு!!!

கடல் சேரும் நதிக்கு கடல் சொல்லுமோ தடை?

உனை சேர துடிக்கும் - என்

காதலுக்கு மட்டும் பேரன்பு கடலே

இன்னும் ஏனடி தொடருது தடை?

சரி ஏற்பது உன் விருப்பம்!!

எப்பவும் என் மனசு உன்னை மட்டுமே

நேசித்து கொண்டு இருக்கும்!!!

கண்ணுல உன் சிரிப்பு!!!

நெஞ்சுல உன் நெனப்பு!!!

வேறென்ன வேணும் எனக்கு!!!

❖ உலகில்!

நான் கண்ட பேர்கள் ஏராளம்!!!

நீ வென்ற என் மனதை - இனி

பறிக்க முடியாது யாராலும்!!!

உனக்கு கவிதை சொல்ல

தமிழில் வார்த்தைக்கா பஞ்சம்?

என்னை என்றாவது

புரிந்து கொள்ளுமா உன் நெஞ்சம்?

கவிதை என்பது?

பிறர்க்கு நெஞ்சோடு ரசிக்கும் ஒன்று!!!

எனக்கு கவிதை என்பது?

உன்னோடு வசிக்கும் ஒன்று!!!

உன்னையே உயிராய் நேசிக்கிறேன்!!!

ஏன் இன்னும் யோசிக்கிறாய்?

உன் நினைவையே தினம் சுவாசிக்கிறேன்!!!

மூச்சை தராமல் மூர்ச்சை ஆக்குகிறாய்!!!

என் உள்ளம் சொன்ன உள்ளம்

நீ தானென்று கண்டேனே

எனக்கு எல்லாமே நீ தானென்று!!!

வெள்ளமென அன்போடு பள்ளமென;

உன் உள்ளம் நாடி ஓடி வருகிறேன்!!!

அணை போட்டால் ஞாயமா?

என் துணை என்றும் நீயன்றி வேறேதம்மா!!!

உன் பேரையே உச்சரிக்கிறேன்

நாளும் நல்வேதமா!!!

❖ உன் நினைவிருக்கும் வரை

என்னுயிர் சிரிக்கும்!!!

நாளும் புது கவிதை பிறக்கும்!!!

எனக்கு நீ என்பது

எனக்குள் நீ வந்து சொன்னது!!!

உனக்கு நான் என்பதை

எப்படி உனக்குள் சென்று

நான் சொல்வது?

எளிதில் நானும் சொல்ல

கவிதை போதவில்ல?

எல்லாம் தெரிஞ்ச புள்ள!!!

கொஞ்சம் என் மனதை சொல்கிறேன்?

நீயும் தெரிந்து கொள்ள!!!

கேளு நீதான் என் வாழ்வின் எல்ல!!!

தீரா(து) காதல்

❖ உன்னோடு உரையாடும் சில மணி நேரங்கள்

மௌனத்தில் கடக்கும் சில நிமிடங்கள்

மனதுக்கு இதமான தருணம்!!!

கண்ணுக்குள்ளே நிற்கிறாய்!!

நெஞ்சுக்குள்ளே சிரிக்கிறாய்!!

அவ்வப்போது,

சந்திப்புகளில் மை விழிகளால்

என்னை மயக்குகிறாய் - ஏனோ?

மனதை மூடி மறைக்கிறாய்!!!

இருபது வயது மழலை - உன்னை

அள்ளி கொள்ள உள்ளம் ஏங்குதடி!!!

உள்ளதை சொல்கிறேன்

எனக்கு என்றுமே நீ தான் என்று!!!

உனக்கே தெரியும் உண்மை இதுவென்று!!!

காக்க வைப்பது தான் உனக்கு இன்பமென்றால்?

காலம் முழுதும் உனக்கென

காத்துக்கிடப்பது எனக்கு பேரின்பமடி!!!

தீரா(து) காதல்

❖ உயிர் வருடிய உனக்கு!!

காதல் கேட்ட என்னை

நினைவை அள்ளி கவிதை சொல்லி

கனவில் மட்டும் கன்னம் கிள்ளி

கற்பனையில் வாழ விட்டாயே கள்ளி

உள்ளம் திருடிய உனக்கு!!

அன்று ஓர்நாள் இரவு கனவு

உன்னை அணைக்க எண்ணி

உன்னருகில் விரைந்தேன் – ஆனால்

அணைக்கவில்லை கனவாயினும் கண்மணி

உன்சம்மதம் வேண்டுமெல்லவா

என்னோடு நீ இருந்தால்

ஊர் மெச்சும் மாறனடி நான்!!!

உன்னை விட்டு நான் பிரிந்தால்

ஊர் சுற்றும் பிச்சைக்காரனடி நான்!!!

நீ சொல்ல நான் இங்கு நிஜமானேன்!!

நீயே என் நிழலுமானாய்!!

நிஜத்தை விட்டு நிழல் பிரிந்தால்

நிஜமும் இங்கே நிழல் தானே!!!

தீரா(து) காதல்

❖ அவளை மறப்பதென்பது அவ்வளவு எளிதல்ல!!

நினைவால் வலி என்பதும் எனக்கொன்றும் புதிதல்ல!!!

மண்ணை வேர் பிரிந்தால் மரத்திற்கு வாழ்வேது?

அவளை நான் பிரிந்தால் நிம்மதிக்கு வழியேது?

இறுதி அவளென்று கொண்ட பின்

அவள் நினைவுக்கு மறதியென்பதேது?

என் பேச்சுக்கள் அவள் பெயரின்றி முடியாது.

என் எண்ணங்கள் அவள் நினைவின்றி நிறையாது.

என் இரவுகள் அவள் கனவுகளின்றி விடியாது.

உடலால் என்னோடு அவள் இல்லையென்றால் என்ன

உணர்வால் என் உள்ளத்தில் உறைந்து இருக்கிறாள்!!

உயிருக்குள் உயிராய் நிறைந்து இருக்கிறாள்!!

பார்க்காவிட்டால் என்ன நினைக்கிறேன்!

பேசாவிட்டால் என்ன நினைக்கிறேன்!

மறந்தால் என்ன நினைக்கிறேன்!

நினைத்து கொண்டே இருக்கிறேன்!!

இன்றுவரை அல்ல இறுதிவரை!!!

தீரா(து) காதல்

❖ என்னன்னு தெரியல?

எப்போதும் இல்லாத அளவு

இன்று உன் இன்மை என்னை

வாட்டி வதைக்கிறது!!!

தூரம் பெரிதல்ல தூரம் தரும்

பாரம் கண்டுதான் மனம் கணக்கின்றது!!!

இன்று ஏனோ? வானமும்

என் துயரில் பங்கு கொண்டது போல்

பெரும் மழையை கண்ணீரென பொழிகின்றது!!!

விழி திறந்தும் பார்வை

இழந்ததை போல் உணர்கிறேன்?

உன் முகம் கண்முன்னே காணலையே!!!

வழி இருந்தும் வழி மறந்து நிற்கிறேன்?

உன்னை சந்திக்க முடியலயே!!!

சொல்லாத காதலை சொல்லியிருந்தால் கூட,

ஏனோ இன்று இந்த தனிமையை

கிள்ளி எறிந்திருப்பேனோ என்னவோ!!!

ஒன்றை மட்டும் தெளிந்தேன்?

உடல் ஆரோக்கியம் என்பது

மன ஆரோக்கியத்தில் தொடங்குகிறது!!!

என் ஆரோக்கியம் என்றுமே நீ தான்!!!

நீ வரும்வரை நான் கேட்பாரற்ற நோயாளி தான்!!!

❖ எப்படி சொல்ல?

எனக்கு நீ வேண்டுமென்று!!!

நீ தான் என் தேவை!!!

நீ தான் என் தீர்வை என்று!!!

உனக்குன்னு சேகரிக்கிறேன்?

பொருட்கள் முதல் நினைவுகள் வரை!!!

சேகரிக்கும் அனைத்திலும்

அல்ல அல்ல குறையா காதல்!!!

நீ வாரிக்கொள்ள வேண்டி!!!

நான் கவிதை பொழிவது கற்பனை கோர்த்த

பெரும்காதல் மேகங்கள் என்னிடம் உள்ளதாலே!!!

அவையாவும் நீ கொடுத்த

நினைவென்னும் நீராவியினாலே!! என்பதே நிதர்சனம்!!!

எப்போ தருவாய் நீ காதல் தரிசனம்!!!

❖ ஏன் இப்படி ஆனேன்? - என

என்னை நானே கேட்கிறேன்!!!

விடை உன்னிடம் உள்ளதென்பதை மறந்து!!!

எல்லாம் கிடைத்து,

நீ இல்லை என்பது வீணே!!!

எதுவும் இல்லையென்ற போதிலும்

நீ இருந்து விட்டால்

வாழ்வே நிறைவு தானே!!!

உள்ள இருப்பது நீ தான்!!!

என் உள்ளம் துடிப்பதே உன்னால் தான்!!!

உயிரென்னு இருப்பது உயிராய் உன்னை நினைக்க தான்!!!

உறவாய் நீயும் என்னை அள்ளி அணைக்க தான்!!!

கள்ளமில்லா என் உள்ளம்,

கவிதை ஆயிரம் உனக்கு சொல்லும்!!!

என் காதல் நீயென உன்பேரையே மெல்லும்!!!

தீரா(து) காதல்

❖ எதிர்பார்ப்பற்ற எதார்த்த குணம்!!!

கடனாய் வாங்கியது போல்

வட்டியோடு அன்பை தரும் மனம்!!!

இதில் மயங்கி போனேனடி மாயப்பெண்ணே!!!

எதையும் செய்யும் துணிச்சல் பெற்ற - என்

வாடா அனிச்சபூவே கண்ணம்மா!!!

தூற்றுவார் தூற்றுவர்!!! போற்றுவோர் போற்றுவார்!!!

ஒரு சிலரே உனை போல் உடனிருந்து தேற்றுவார்!!!

அந்த பேச்சில் ஒரு உண்மை இருக்கும்!!!

கேட்போரை மயக்கும் ஒரு வன்மை இருக்கும்

கழனியில் திரியவந்தவள் அல்ல என் கண்ணம்மா!!!

வரம் பல புரிய வந்தாய்!!!

❖ என்னன்னு சொல்ல?

சொல்லிவிடுவதால் காதல் உன்னை என்னிடம்

அல்லி கொடுத்திடுமா என்ன?

என் மனம் நன்கறிவாய்

நீயென நானும் அறிவேன்!!!

உன் உள்ளத்தில் உள்ளதை தவிர!!!

கண்மூடித்தனமாக காதலித்து விட்டேன் போலும்?

கண்மூடினால் நினைவில் வருவது

மதி போன்ற உன் முகமே!!!

நான் விரும்பி கேட்கும் இசைஞானி மெட்டை விட,

அதிகமாய் என் செவியில் கேட்கிறேன்?

உன் சிரிப்பு சத்தத்தை என்னையே அறியாமல்!!!

உந்தன் நான்கெழுத்து பெயர்தான்

என்னை நன்கெழுத வைத்த முதல் கவிதை!!!

தீரா(து) காதல்

என் மூச்சிருக்கும் வரை

உன் பேச்சிருக்கும் என் கவிதைகளில்!!!

உன் காட்சியிருக்கும் என் கனவுகளில்!!!

❖ உன்னை கண்டது முதல்

கண்டதை நினைத்து கொள்கிறேன்?

உன்னையும் என்னையும் சேர்த்து!!!

மனம் விரும்பும் மாயாஜாலம் நீ!!!

கண்ணால் பல கண்கட்டு வித்தையெல்லாம்

காட்டுகிறவள் நீ!!!

உறங்கும் நேரம் ஊர்ஜித படவில்ல்லை?

உண்ணும் நேரமும் உருப்படியா தெரியவில்லை?

உள்ளுக்குள்ள புகுந்து என்னை

உருட்டி பெரட்டி எடுக்குது உன் நெனப்பு!!!

இது காதல் தான் கண்டிப்பாக நான் அறிவேன்!!

நீ அறிவாயா நம் மீது கண்டபடி காதல் கொண்ட

மாமன் இவன்தானென்று!!!

❖ வலிகள் இல்லா வரிகள் படைப்பது

என்னால் இயலாது?

உன் இன்மை இருக்கும் வரை?

ஒரு துளி கண்ணீரின் மதிப்பு

என்னவென்று உன் பிரிவு உணர்த்துகிறது!!!

உன்ன பிரிஞ்சு மனசு ரொம்ப வலிக்குது!!!

உன் நெனப்பு தான் ஏதோ, ஆறுதலா

என்ன கொஞ்சம் அணைக்குது!!!

இடைவெளி என்பது

பிரிந்து கொள்ள அல்ல?

மாறாக,

காதலின் ஆழம் என்னவென்று

புரிந்து கொள்ள!!!

❖ சேரநாட்டில் பயணிக்கிறேன்!!!

சோழ மங்கை, உனை போல யாரும்

மனம் பறிக்க இங்கில்லை!!!

இடைவெளி கொடுப்பது ஏன்?

இடைவிடாது நினைக்க தானே!!!

பிரிவு கொள்வது ஏன்?

என்றோ ஓர் நாள் இணைந்து கொள்ள தானே!!!

நீயே என் வாழ்வின் முழுமதி!!!

உயிர்காதலே அதற்கு நான் தரும் வெகுமதி!!!

சின்னதாய் சிறுபுன்னகை சம்மதம்

நீ தந்தால்?

என் காதல் பெறும் நிம்மதி!!!

தீரா(து) காதல்

❖ எதையோ தேடி, எங்கேயோ போகிறேன்,

உன் இருப்பின் எதிர் திசையில்!!! – ஆனாலும்

பாவி நெஞ்சம் உன் பாதத்திலே தஞ்சம் கொள்கிறது!!!

ஊர்கள் பல போகிறேன்,

பேர்கள் பல சந்திக்கிறேன்,

என்னன்னு தெரியல?

உம்பேரையே மண்டைக்குள் சிந்திக்கிறேன்!!!

இனி என்று காண்பேனோ? உன் முகத்தை!!!

அதுவரை,

காத்திருக்க சொல்வேனோ? என் அகத்தை!!!

மைல்கள் பல கடந்து பிரிந்து உன்னை நினைக்கிறேன்!!!

என்மனம் அறிந்தவள் நீ அவ்வப்போது,

குறுஞ்செய்தி ஒன்னு அனுப்பு!!!

குறுஞ்செய்தியாயினும் உன் பிரிவென்னும்

பெருங்காயம் ஆற்றும் பெருமருந்து எனக்கது!!!

❖ தேடல் சுகமானது என்பதை

உன்னை தேடுகையில் உள்ளம் உணர்கிறேன்!!!

கண்ணீர் சிந்திய என் விழிகள் மீண்டும்

கண்ணீர் சிந்தும் உன்னை கண்ட ஆனந்தத்தில்

"மடி உறக்கம் நீ தருவாயெனில்

மைல்கள் பல கடந்து நான் வருவேன்"

தீரா(து) காதல்

❖ உதிர்ந்த நாட்கள் யாவும்

நினைவுகளாய் பூக்கும் போது,

கண்கள் கரையின்றி கரைந்தோடும்!!!

சேர துடிக்கும் உள்ளத்தின் தவிப்புகள் யாவும்,

இரவுநேர கண் விழிப்புகளாய் மாறிப்போகும்

மரணமென்பது ஒருமுறை அல்ல?

உன் மௌனங்களால்

எனக்கு மட்டும் மணிக்கொருமுறை!!!

மறப்பதை மறந்து நினைப்பதை தொடர்கிறேன்!!!

என்ன செய்வது மனிதனுக்கு மறதி

ஒரு மருந்தில்லா நோயல்லவா!!!

உன்னோடு வாழ்ந்தால் இன்பம்!!!

உனக்காக வாழ்ந்தால் நிம்மதி!!!

இன்பத்தை கொடுக்க தவறினாலும்

நிம்மதியை கொடுத்து விட்டாய்!!!

என் மீது அவ்வளவு அன்பா உனக்கு?

என்னை உனக்கென்று தந்த பிறகு,

உனக்கும் சேர்த்து எனக்காக

நான் வாழ்வது அறமல்லவா!!!

தீரா(து) காதல்

❖ மொழிபெயர்க்க முடியாத

விழி மொழி கொண்டு பேசுகிறாய்!!!

காதலுக்கு மொழி என்ன

தடையா? என எண்ணிவிட்டாய் போலும்.

உன் விழி பார்த்து,

என் நொடி கழிய எதிர்பார்க்கிறேன்

எதிரில் நீ வந்தால் எதிர்கொள்ள

தைரியமின்றி எதை எதையோ பார்க்கிறேன்!!!

வெட்கம் என்பது ஆண்களுக்கும் உண்டென்பதை

உன் விழி பார்க்கும் நொடியில் உணர்ந்து கொண்டேன்!!!

உன் விழி எனை நோக்க

உன் இதழ் என் பெயர் உச்சரிக்க

மனதுக்குள் ஏதோ நச்சரிக்கிறது?

இறுக்கி அணைத்து இதழ் முத்தமொன்று தந்து விட!!!

❖ தேவைகளுக்கு முன்னால்

ஆசைகள் யாவும் தொலைந்து போகும்!!!

தீரா ஆசைகளே தேவைகளாகும்!!!

அப்படியென்றால், நீயும் என் தேவையே!!!

ஏனென்றால் நீ என் தீரா ஆ(பேரா)சை அல்லவா!!!

எனக்குள் என்னை அறிந்தவள் நீ!!!

உன்னை தவிர உன் மனம் புரிந்தவன் நான்!!!

உன் மனம் புரிந்த நான்,

உன்னை மணம் புரிய ஆசை கொள்கிறேன்!!!

விலகி சென்று வீம்பு கொள்ளாதே?

அருகில் வந்து அணைத்து கொல் எனை!!!

நீ... காதல் வரம் தரும் சன்னதி!!!

நீ வந்தால் தான் என் வாழ்விலே நிம்மதி!!!

தீரா(து) காதல்

❖ உன் மகிழ்வுக்குக்கு காரணம்

நானாக விரும்பவில்லை? - ஆனால்

துயர் நேரங்களின் உன் துணையாக வேண்டுகிறேன்!!!

உன் மனதை உடைக்க அல்ல?

கரம் கொண்டு உன் கண்ணீர் துடைக்க!!!

உன் ஆசை நிறைவேற்றிட பேராசை எனக்கிருக்கு!!!

என்ன செய்வது?

என்னிடம் ஆசை மட்டும் தான் இருக்கு.

என்னை பற்றி என்ன நினைப்பாய்?

என்ற கவலை எனக்கில்லை!!!

ஆனால்,

என்னை பற்றி நினைப்பாயா

என்ற கவலை எனக்குண்டு!!!

நினைப்பாயா?

சொல்லி மாளாது? உள்ளத்தில் உள்ளதை!!!

என்ன உள்ளது உன் உள்ளத்தில்?

சொல் அதை!!!

❖ கலை வடிவம் பெற்ற

என் கனவுகள் தான்?

உன்னை பாடும் என்

கவிதை வரிகள்!!!

கவிதைகளில் உன்னோடு

உரையாடி கொள்கிறேன்!!!

கனவுகளில் உன்னோடு

உறவாடி கொள்கிறேன்!!!

சந்திக்க வேண்டுகிறேன்?

சிந்தித்து சொல்;

இறுதி வரை உனை

ஏந்திக்கொள்ளவா என்று...?

தீரா(து) காதல்

❖ வெற்று இளைஞன் நான்!! அவளை பார்க்கும் வரை;

வெற்றி கவிஞன் நான்? அவளை பார்த்தது முதல்!!

தேவதை கதைகளை கேட்ட என் வாழ்வில்,

தேவதையாய் வந்தவள் அவள் - என்னுள்

காதல் விதைத்து பல கவிதைகள் தந்தது அவள்!!!

விழி மூடி அவளை யோசித்தால் – பல

காகிதங்கள் காதல் காவியங்கள் ஆகும்!!!

முகம் பார்க்க நேர்ந்தால்?

மூச்சு விடா கவிகள் பிறக்கும்!!!

கரம் பிடித்து நடக்கும் தூரம்?

பெரும் கவிதை மழை கேட்போர் உள்ளம் நனைக்கும்!!!

பிரிவு நேரும் நேரம் பிறக்கும் கவிகள் யாவும்

செவி கொடுப்போர் கண்களில் கண்ணீர் ஊறும்!!!

அவளால் கவிஞன் நானும்!!!

அவளுக்காகவே என் கவிதைகள் வாழும்!!!

❖ மனதில் நிறைந்த உன்னை நினைத்து

வயிற்றை நிறைக்க மறந்து போகிறேன்?

நடக்கிறேன் தனிமையோடு!!

படுக்கிறேன் வலியோடு!!

கண் விழிக்கிறேன் நிலவோடு!!

உள்ளம் வேகுது? கண்கள் வெள்ளம் ஆகுது?

நினைவுக்கு அணைபோட முடியுமா?

உன்னை மறந்து என்னால் தான் இருக்க முடியுமா?

எண்ணம் தந்தாய்!! எழுத்தில் நிறைந்தாய்!!

என்னுள் கரைந்தாய்!! கனவாய் பிறந்தாய்!!

இன்று ஏனோ? உயிர் விட்டு போகிறாய்!!!

இறைவன் இல்லா ஆலயத்தில் இறை வழிபாடெதற்கு?

இல்லை நீ, என்றானபிறகு என்னுள் இன்னும் உயிர்

எதற்கு?

தீரா(து) காதல்

❖ பிரிவாய் என்று தெரிந்த இறைவன்,

உன்னிடம் என்னை விளக்கி வைத்தான்!!

ஏனோ?

என்னிடம் மட்டும் உன்னை நெருக்கி வைத்தான்!!!

நாளும் என்னை உருக வைத்தான்!!!

உன் மனதோடு என்னை நெருங்க செய்தவனுக்கு;

ஏனோ?

உன் மணாளனாக்க மனம் வரவில்லை!!!

நினைவுகளை நீ தந்தாய்!!!

கவிதைகளை நான் தந்தேன்!!!

நீ என்னை தவிர்ப்பதும்

நான் உன்னால் தவிப்பதும்

அவனுக்கு மட்டுமல்ல உனக்கும் தெரியுமல்லவா?

தவிர்ப்பதை தவிர்த்து உன்னால் தவிக்கும்

என்னுயிர் காதலை உயிர்ப்பிக்க கூடாதா!!!

என் எல்லாம் நீயென என்னை விட நீ நன்கறிவாய்!!!

என்னுயிர் நீயென்பதை மட்டும் அறிய தவிறினாயோ?

அல்லது அந்த இறைவன் தடுக்கிறானோ?

பாவி...? உயிர் தந்த பின் உயிர்மூச்சை பரிக்கிறான்.

தீரா(து) காதல்

❖ தூரம் அதிகமாகும் போது தான்

என் மனதுக்கு பக்கமாகிறாய்!!!

உடன் பிரிவென்னும் வலியோடு!!!

எங்கிருந்தோ வந்து என் இதயம் பறித்து சென்றாய்?

திருப்பி கேட்கவில்லை நான் – அது

உன்னிடமே இருக்கட்டும் பத்திரமாக!!!

பதிலுக்கு சரி என்று ஒரு சொல் சொல்?

நானும் இருந்து விடுகிறேன் உன்னுடனே பத்திரமாக!!!

வாழ்நாளெல்லாம் வேண்டாம் ஓர் நாள்;

ஒரு நொடியேனும் உன் கரம் கோர்த்து

சில தூரம் நடந்து விட்டால் போதும்?

என் மன பாரமெல்லாம் தூரம் போகும்!!!

தொலைந்தே போகும்!!!

எல்லையில்லா இன்பத்தோடு - என்

காதல் என்றும் வாழும்!!!

❖ உன் முகம் மலர்ந்தால் போதும்!!

என் அகம் குளிர்ந்து பாடும்!!!

ஆயிரம் உறவு அருகில் இருந்தாலும்?

ஆழ்மனது அன்புக்கு உன்னையே தேடுது!!!

இல்லாத ஒன்றை இருப்பதாய் எண்ணி;

இருக்கின்ற ஒன்றை இழக்க விரும்பாமல்;

மனதை மனதுக்குள்ளே புதைக்கிறேன்!!!

அனைத்தும் அறிந்தவள்

என் அன்புக்கு உரியவர் யாரென்று

அறிய மாட்டாயா என்ன...?

❖ மணிக்கொரு மங்கையை கண்டாலும் - நான்
மணிக்கணக்கில் காண நினைப்பது - உன்
முகத்தை மட்டுமே!!!

விட்டு கொடுக்கும் மனம் தான் எனக்கு - உன்னை
விட்டு கொடுப்பதில் மட்டும் தயக்கம் எனக்கு...?

உன்னை பற்றி எழுதுவது எனக்கொன்றும்
கஷ்டமில்லை!!!
உன்னை விட்டு பிரிவதென்பது துளி கூட
எனக்கு இஷ்டமில்லை!!!

❖ நகர முடியவில்லை - அந்த

கடைசி பார்வை என் மீது

விழுந்த நொடியை மறந்து என்னால்

உன்னை உன் நினைவை விட்டு

நகர முடியவில்லை !!!

நிறைய ஏக்கம் கொண்டேன் அதனாலே

மனம் வாட்டம் அதிகம் கண்டேன்!!

அவ்வளவு காதலா எனக்கு உன் மீது?

அல்லது வெறும் ஆசை தானா.

ம்ம்.. ஆசைகள் மூட்டும் தீ தானே

இந்த காதல் முதல் காமம் எல்லாமே!!!

உன்னை பிரிந்து தூரம் பல கண்டாலும்

மனதினுள் அது தரும் பாரமெல்லாம்

சுகமான சுமையெனவே தாங்குகிறேன் - உன்

நினைவுகள் யாவும் நெஞ்சிலே தேங்கி கிடக்கிறதல்லவா

❖ கண்களில் ஈரமும் நெஞ்சினில் பாரமும்

தந்து விட்டு தூரம் சென்று விட்டாள்

தூய அன்பினால் துயரம் துடைத்தவள்!!

அருகில் இருந்தவள் ஆழ் மனதுள் சென்று விட்டாள்!!

கண் பார்க்கும் தொலைவில் இருந்தவள்

கண்மூடி காணும் நிலையை தந்து விட்டாள்!!

மகிழ்ந்தேன் தினம் அவளை கண்ணார கண்டு

கண் பொழியும் மழையில் நனைவேன் இனி

கனவில் மட்டும் அவளை கண்டு!!

நெஞ்சம் வலிக்கிறது?

என்னுள் வாழ்ந்தவள் என்னை பிரிந்து போகிறாள்!!

உள்ளம் வருடியவள் உயிரை கொண்டு போகிறாள்!!

உயிர் போன பின் உடல் என்ன செய்ய?

தனிமை தீயில் வெந்து காய்வதா?

அவளென்ன செய்வாள் பாவம்

"விதி வரைந்த கோட்டில்

அவள்நான் மட்டும் விதிவிலக்கா என்ன? "

தீரா(து) காதல்

❖ நெடுஞ்சாலையாய் என் நெஞ்சம் மாறி போனது

நெடுந்தூர பயணமாய் உன் நினைவும் வந்து சேர்ந்தது!!

வழியெங்கிலும் வாசம் வீசிடும் உன் புன்னகை பூக்கள்!

விட்டு விட்டு தொடரும் மின் விளக்காம்

உன் விழிப்பார்வை!

திடீரென தோன்றும் தேநீர் கடையென

உன் தேனிதழ் முத்தம்!

முடியாத பயணம் முழுநேர காதல்!!!

❖ ரோஜா இதழ் மேல் பனித்துளி போல்

அவள் முகத்தில் பூத்த முகப்பருக்கள்.

அவைகளுக்கும் ஆசை வந்ததோ?

அவள் மென் கன்னத்தில் முத்தமிட!!!

❖ எனை பார்க்கிறாள் இயல்பு!

எனை நோக்கி சிரிக்கிறாள் எதார்த்தம்!

என்னிடம் கரைந்து கொள்கிறாள் அன்பு!

என்மேல் கோபம் கொள்கிறாள் உரிமை!

என்னிடம் அழுகிறாள் ஆறுதல்!

இதில் எங்கே வந்தது காதல்?

அவள் உரிமை கொண்டது தவறா?

நான் உரிமை தந்தது தவறா?

தெரியாத உணர்வுகள் தேவதை

அவளை கண்டால் வருகிறதே!!

அவள் கடவுளா? இல்லை காதலா?

❖ நான்கெழுத்து நாலாயிரம் வார்த்தையானது?

காதலால் கவிதை என்னும் கப்பலேறி!!!

தீரா(து) காதல்

❖ ஊரடங்கு காலத்தில் ஊரே

அடங்கி கிடக்க நான் மட்டும்

மனதை சிறகாய் விரித்து

பறந்து கொண்டிருந்தேன் அவளோடு

குறுஞ்செய்தி வானிலே!!!

❖ கண்ணீர் துடைத்து பன்னீர் தெளித்து

மீண்டும் ஓர் வாழ்வு தந்தவள்!!

"கண்டிப்போடு அன்பு தந்து

என் இரண்டாம் அன்னையானவள்"

நம்பிக்கை நான் துறக்கும் போது

புது நம்பிக்கை எனக்கென திறப்பவள்!!

மனம் வெந்த போது தினம் அன்பை தந்தவள்!!

அவளால் நான் மீண்டும் பிறந்தேன்!!

அவளால் நான் அறிவானேன்!! அழகானேன்!!

"அவளோடு வாழ வேண்டும் என்பதல்ல

அவளுக்கென்று வாழ வேண்டும் அதுவே அறம்"

❖ பேருந்து பயணம் இருவர் இருக்கையில்

நான் மட்டும்

தனிமையை உணரவில்லை? துணையென

அவள் நினைவு இருக்கையில்!!!

ஜன்னலில் வரும் தென்றல் நினைவுபடுத்துகிறது

அவள் கூந்தல் என் தேகம் வருடியதை!!!

சாலை வழியெங்கும் பச்சைபசுமையே

அவளை நினைத்து விட்டாள் காய்ச்சலுக்கு வழியேது!!!

நிலவின் பிரதிபலிப்பே இரவொளி என்பர்

அவளின் பிரதிபலிப்பே நிலவொளி என்று அறியாதவர்!!!

"தேவலோக மங்கை அவள் தவறி

பூமியில் பிறந்துவிட்டாள் என்னை கவிஞனாக்க"

❖ அவளுக்கு நான் நன்றிக்கடன் பட்டவன்?

என்னை கவிஞனாக்கியது அவளல்லவா!!!

தீரா(து) காதல்

தீரா(து) காதல்